In loving memory of

_____

Guest Name _____

_____

_____

_____

Contact Info _____

_____

_____

Memories & Condolences _____

_____

_____

_____

_____

_____

Guest Name _____

_____

_____

_____

Contact Info _____

_____

_____

Memories & Condolences _____

_____

_____

_____

_____

_____

Guest Name _____

_____

_____

Contact Info _____

_____

_____

Memories & Condolences _____

_____

_____

_____

_____

_____

Guest Name _____

_____

_____

Contact Info _____

_____

_____

Memories & Condolences _____

_____

_____

_____

_____

_____

Guest Name _____

Memories & Condolences _____

_____

_____

_____

_____

_____

Contact Info _____

_____

_____

_____

_____

Guest Name _____

Memories & Condolences _____

_____

_____

_____

_____

_____

Contact Info _____

_____

_____

_____

_____

Guest Name _____

_____

_____

Contact Info _____

_____

_____

Memories & Condolences _____

_____

_____

_____

_____

_____

Guest Name _____

_____

_____

Contact Info _____

_____

_____

Memories & Condolences _____

_____

_____

_____

_____

_____

Guest Name _____

_____

_____

Contact Info _____

_____

_____

Memories & Condolences _____

_____

_____

_____

_____

_____

_____

Guest Name _____

_____

_____

Contact Info _____

_____

Memories & Condolences _____

_____

_____

_____

_____

Guest Name _____

Memories & Condolences _____

_____

_____

_____

_____

Contact Info _____

_____

_____

_____

_____

Guest Name _____

Memories & Condolences _____

_____

_____

_____

_____

Contact Info _____

_____

_____

_____

_____

Guest Name _____

Memories & Condolences _____

_____

_____

_____

_____

Contact Info _____

_____

_____

_____

_____

_____

Guest Name _____

Memories & Condolences _____

_____

_____

_____

_____

Contact Info _____

_____

_____

_____

_____

_____

Guest Name _____

_____

_____

_____

Contact Info _____

_____

_____

Memories & Condolences _____

_____

_____

_____

_____

_____

_____

Guest Name _____

_____

_____

_____

Contact Info _____

_____

_____

Memories & Condolences _____

_____

_____

_____

_____

_____

_____

Guest Name _____

Memories & Condolences _____

_____

_____

_____

_____

_____

Contact Info _____

_____

_____

_____

_____

Guest Name _____

Memories & Condolences _____

_____

_____

_____

_____

_____

Contact Info _____

_____

_____

_____

_____

Guest Name _____   Memories & Condolences _____

_____   _____

_____   _____

_____   _____

Contact Info _____   _____

_____   _____

_____   _____

Guest Name _____   Memories & Condolences _____

_____   _____

_____   _____

_____   _____

Contact Info _____   _____

_____   _____

_____   _____

Guest Name _____

_____

_____

_____

Contact Info _____

_____

_____

Memories & Condolences _____

_____

_____

_____

_____

_____

Guest Name _____

_____

_____

_____

Contact Info _____

_____

_____

Memories & Condolences _____

_____

_____

_____

_____

_____

Guest Name _____

_____

_____

Contact Info _____

_____

_____

Memories & Condolences _____

_____

_____

_____

_____

Guest Name _____

_____

_____

Contact Info _____

_____

_____

Memories & Condolences _____

_____

_____

_____

_____

Guest Name _____

_____

_____

Contact Info _____

_____

_____

Memories & Condolences _____

_____

_____

_____

_____

_____

Guest Name _____

_____

_____

Contact Info _____

_____

_____

Memories & Condolences _____

_____

_____

_____

_____

_____

Guest Name _____

_____

_____

Contact Info _____

_____

_____

Memories & Condolences _____

_____

_____

_____

_____

_____

Guest Name _____

_____

_____

Contact Info _____

_____

_____

Memories & Condolences _____

_____

_____

_____

_____

_____

Guest Name _____

_____

_____

_____

Contact Info _____

_____

_____

Memories & Condolences _____

_____

_____

_____

_____

_____

_____

Guest Name _____

_____

_____

_____

Contact Info _____

_____

_____

Memories & Condolences _____

_____

_____

_____

_____

_____

_____

Guest Name _____

_____

_____

_____

Contact Info _____

_____

_____

Memories & Condolences _____

_____

_____

_____

_____

_____

_____

Guest Name _____

_____

_____

_____

Contact Info _____

_____

_____

Memories & Condolences _____

_____

_____

_____

_____

_____

_____

Guest Name _____

_____

_____

Contact Info _____

_____

_____

Memories & Condolences _____

_____

_____

_____

_____

_____

Guest Name _____

_____

_____

Contact Info _____

_____

_____

Memories & Condolences _____

_____

_____

_____

_____

_____

Guest Name _____

_____

_____

Contact Info _____

_____

_____

Memories & Condolences _____

_____

_____

_____

_____

_____

Guest Name _____

_____

_____

Contact Info _____

_____

_____

Memories & Condolences _____

_____

_____

_____

_____

_____

Guest Name _____

Memories & Condolences _____

_____

_____

_____

_____

Contact Info _____

_____

_____

_____

_____

Guest Name _____

Memories & Condolences _____

_____

_____

_____

_____

Contact Info _____

_____

_____

_____

_____

Guest Name _____

_____

_____

_____

Contact Info _____

_____

_____

Memories & Condolences _____

_____

_____

_____

_____

_____

_____

Guest Name _____

_____

_____

_____

Contact Info _____

_____

_____

Memories & Condolences _____

_____

_____

_____

_____

_____

_____

Guest Name _____

Memories & Condolences _____

_____

_____

_____

_____

_____

Contact Info _____

_____

_____

_____

_____

_____

Guest Name _____

Memories & Condolences _____

_____

_____

_____

_____

_____

Contact Info _____

_____

_____

_____

_____

_____

Guest Name _____

Memories & Condolences _____

_____

_____

_____

_____

_____

_____

Contact Info _____

_____

_____

_____

_____

Guest Name _____

Memories & Condolences _____

_____

_____

_____

_____

_____

_____

Contact Info _____

_____

_____

_____

_____

Guest Name _____

_____

_____

Contact Info _____

_____

_____

Memories & Condolences _____

_____

_____

_____

_____

_____

Guest Name _____

_____

_____

Contact Info _____

_____

_____

Memories & Condolences _____

_____

_____

_____

_____

_____

Guest Name _____

_____

_____

_____

Contact Info _____

_____

_____

Memories & Condolences _____

_____

_____

_____

_____

_____

Guest Name _____

_____

_____

_____

Contact Info _____

_____

_____

Memories & Condolences _____

_____

_____

_____

_____

_____

Guest Name _____

Contact Info _____

Memories & Condolences _____

Guest Name _____

Contact Info _____

Memories & Condolences _____

Guest Name _____

_____

_____

_____

Contact Info _____

_____

_____

Memories & Condolences _____

_____

_____

_____

_____

_____

_____

Guest Name _____

_____

_____

_____

Contact Info _____

_____

_____

Memories & Condolences _____

_____

_____

_____

_____

_____

_____

Guest Name _____

Contact Info _____

Memories & Condolences _____

Guest Name _____

Contact Info _____

Memories & Condolences _____

Guest Name _____

Memories & Condolences _____

_____

_____

_____

_____

_____

Contact Info _____

_____

_____

_____

_____

Guest Name _____

Memories & Condolences _____

_____

_____

_____

_____

_____

Contact Info _____

_____

_____

_____

_____

Guest Name _____

_____

_____

Contact Info _____

_____

_____

Memories & Condolences _____

_____

_____

_____

_____

Guest Name _____

_____

_____

Contact Info _____

_____

_____

Memories & Condolences _____

_____

_____

_____

_____

Guest Name _____

Memories & Condolences _____

_____

_____

_____

_____

_____

Contact Info _____

_____

_____

_____

_____

Guest Name _____

Memories & Condolences _____

_____

_____

_____

_____

_____

Contact Info _____

_____

_____

_____

Guest Name _____

_____

_____

_____

Contact Info _____

_____

_____

Memories & Condolences _____

_____

_____

_____

_____

_____

Guest Name _____

_____

_____

_____

Contact Info _____

_____

_____

Memories & Condolences _____

_____

_____

_____

_____

_____

Guest Name _____

_____

_____

Contact Info _____

_____

Memories & Condolences _____

_____

_____

_____

_____

Guest Name _____

_____

_____

Contact Info _____

_____

Memories & Condolences _____

_____

_____

_____

_____

Guest Name _____

Memories & Condolences _____

_____

_____

_____

_____

Contact Info _____

_____

_____

_____

_____

_____

Guest Name _____

Memories & Condolences _____

_____

_____

_____

_____

Contact Info _____

_____

_____

_____

_____

_____

Guest Name _____

_____

_____

Contact Info _____

_____

_____

Memories & Condolences _____

_____

_____

_____

_____

_____

Guest Name _____

_____

_____

Contact Info _____

_____

_____

Memories & Condolences _____

_____

_____

_____

_____

_____

Guest Name _____

Memories & Condolences _____

_____

_____

_____

_____

Contact Info _____

_____

_____

_____

_____

Guest Name _____

Memories & Condolences _____

_____

_____

_____

_____

Contact Info _____

_____

_____

_____

_____

Guest Name _____

_____

_____

Contact Info _____

_____

_____

Memories & Condolences _____

_____

_____

_____

_____

_____

Guest Name _____

_____

_____

Contact Info _____

_____

_____

Memories & Condolences _____

_____

_____

_____

_____

_____

Guest Name _____

Memories & Condolences _____

_____

_____

_____

_____

Contact Info _____

_____

_____

_____

_____

Guest Name _____

Memories & Condolences _____

_____

_____

_____

_____

Contact Info _____

_____

_____

_____

Guest Name _____

Memories & Condolences _____

_____

_____

_____

_____

_____

Contact Info _____

_____

_____

_____

_____

Guest Name _____

Memories & Condolences _____

_____

_____

_____

_____

Contact Info _____

_____

_____

_____

Guest Name _____

Contact Info _____

Memories & Condolences _____

Guest Name _____

Contact Info _____

Memories & Condolences _____

Guest Name _____

Memories & Condolences _____

_____

_____

_____

_____

Contact Info _____

_____

_____

_____

_____

Guest Name _____

Memories & Condolences _____

_____

_____

_____

_____

Contact Info _____

_____

_____

Guest Name _____

Memories & Condolences _____

_____

_____

_____

_____

Contact Info _____

_____

_____

_____

Guest Name _____

Memories & Condolences _____

_____

_____

_____

_____

Contact Info _____

_____

_____

_____

Guest Name _____

Memories & Condolences _____

_____

_____

_____

Contact Info _____

_____

_____

_____

_____

_____

Guest Name _____

Memories & Condolences _____

_____

_____

_____

Contact Info _____

_____

_____

_____

_____

_____

Guest Name _____

Contact Info _____

Memories & Condolences _____

Guest Name _____

Contact Info _____

Memories & Condolences _____

Guest Name _____

_____

_____

_____

Contact Info _____

_____

_____

Memories & Condolences _____

_____

_____

_____

_____

_____

Guest Name _____

_____

_____

_____

Contact Info _____

_____

_____

Memories & Condolences _____

_____

_____

_____

_____

_____

Guest Name _____

_____

_____

_____

Contact Info _____

_____

_____

Memories & Condolences _____

_____

_____

_____

_____

_____

Guest Name _____

_____

_____

_____

Contact Info _____

_____

_____

Memories & Condolences _____

_____

_____

_____

_____

_____

Guest Name _____

_____

_____

Contact Info _____

_____

_____

Memories & Condolences _____

_____

_____

_____

_____

Guest Name _____

_____

_____

Contact Info _____

_____

_____

Memories & Condolences _____

_____

_____

_____

_____

Guest Name _____

_____

_____

Contact Info _____

_____

_____

Memories & Condolences _____

_____

_____

_____

_____

_____

Guest Name _____

_____

_____

Contact Info _____

_____

_____

Memories & Condolences _____

_____

_____

_____

_____

_____

Guest Name _____

_____

_____

Contact Info _____

_____

_____

Memories & Condolences _____

_____

_____

_____

_____

_____

Guest Name _____

_____

_____

Contact Info _____

_____

_____

Memories & Condolences _____

_____

_____

_____

_____

_____

Guest Name _____

Memories & Condolences _____

_____

_____

_____

_____

_____

_____

Contact Info _____

_____

_____

_____

_____

_____

Guest Name _____

Memories & Condolences _____

_____

_____

_____

_____

_____

_____

Contact Info _____

_____

_____

_____

_____

_____

Guest Name _____

_____

_____

Contact Info _____

_____

_____

Memories & Condolences _____

_____

_____

_____

_____

_____

Guest Name _____

_____

_____

Contact Info _____

_____

_____

Memories & Condolences _____

_____

_____

_____

_____

_____

Guest Name _____

Memories & Condolences _____

_____

_____

_____

Contact Info _____

_____

_____

_____

Guest Name _____

Memories & Condolences _____

_____

_____

_____

Contact Info _____

_____

_____

_____

Guest Name _____

Memories & Condolences _____

_____

_____

_____

_____

_____

Contact Info _____

_____

_____

_____

_____

Guest Name _____

Memories & Condolences _____

_____

_____

_____

_____

_____

Contact Info _____

_____

_____

_____

_____

Guest Name _____   Memories & Condolences _____

_____   _____

_____   _____

_____   _____

Contact Info _____   _____

_____   _____

_____   _____

Guest Name _____   Memories & Condolences _____

_____   _____

_____   _____

_____   _____

Contact Info _____   _____

_____   _____

_____   _____

Guest Name _____

Memories & Condolences _____

_____

_____

_____

_____

Contact Info _____

_____

_____

_____

Guest Name _____

Memories & Condolences _____

_____

_____

_____

_____

Contact Info _____

_____

_____

_____

Guest Name _____

_____

_____

Contact Info _____

_____

_____

Memories & Condolences _____

_____

_____

_____

_____

_____

_____

Guest Name _____

_____

_____

Contact Info _____

_____

_____

Memories & Condolences _____

_____

_____

_____

_____

_____

_____

Guest Name _____

_____

_____

Contact Info _____

_____

_____

Memories & Condolences _____

_____

_____

_____

_____

_____

Guest Name _____

_____

_____

Contact Info _____

_____

_____

Memories & Condolences _____

_____

_____

_____

_____

_____

Guest Name _____   Memories & Condolences _____

_____   _____

_____   _____

_____

Contact Info _____   _____

_____   _____

_____

Guest Name _____   Memories & Condolences _____

_____   _____

_____   _____

_____

Contact Info _____   _____

_____   _____

_____   _____

Guest Name _____

_____

_____

Contact Info _____

_____

_____

Memories & Condolences _____

_____

_____

_____

_____

_____

_____

Guest Name _____

_____

_____

Contact Info _____

_____

_____

Memories & Condolences _____

_____

_____

_____

_____

_____

_____

Guest Name _____

Memories & Condolences _____

_____

_____

_____

_____

Contact Info _____

_____

_____

_____

_____

_____

Guest Name _____

Memories & Condolences _____

_____

_____

_____

_____

Contact Info _____

_____

_____

_____

_____

_____

Guest Name _____

Memories & Condolences _____

_____

_____

_____

_____

Contact Info _____

_____

_____

_____

_____

_____

Guest Name _____

Memories & Condolences _____

_____

_____

_____

_____

Contact Info _____

_____

_____

_____

Guest Name _____

_____

_____

_____

Contact Info _____

_____

_____

Memories & Condolences _____

_____

_____

_____

_____

_____

_____

Guest Name _____

_____

_____

_____

Contact Info _____

_____

_____

Memories & Condolences _____

_____

_____

_____

_____

_____

_____

Guest Name _____

Memories & Condolences _____

_____

_____

_____

_____

_____

_____

Contact Info _____

_____

_____

_____

_____

Guest Name _____

Memories & Condolences _____

_____

_____

_____

_____

_____

_____

Contact Info _____

_____

_____

_____

_____

Guest Name _____

_____

_____

_____

Contact Info _____

_____

_____

Memories & Condolences _____

_____

_____

_____

_____

_____

_____

Guest Name _____

_____

_____

_____

Contact Info _____

_____

_____

Memories & Condolences _____

_____

_____

_____

_____

_____

_____

Guest Name _____

_____

_____

Contact Info _____

_____

Memories & Condolences _____

_____

_____

_____

_____

Guest Name _____

_____

_____

Contact Info _____

_____

Memories & Condolences _____

_____

_____

_____

_____

Guest Name _____   Memories & Condolences _____

_____   _____

_____   _____

_____   _____

Contact Info _____   _____

_____   _____

_____   _____

Guest Name _____   Memories & Condolences _____

_____   _____

_____   _____

_____   _____

Contact Info _____   _____

_____   _____

_____   _____

Guest Name _____

_____

_____

Contact Info _____

_____

_____

Memories & Condolences _____

_____

_____

_____

_____

_____

Guest Name _____

_____

_____

Contact Info _____

_____

_____

Memories & Condolences _____

_____

_____

_____

_____

_____

Guest Name _____

Memories & Condolences _____

_____

_____

_____

_____

_____

Contact Info _____

_____

_____

_____

_____

Guest Name _____

Memories & Condolences _____

_____

_____

_____

_____

_____

Contact Info _____

_____

_____

_____

_____

Guest Name _____

_____

_____

_____

Contact Info _____

_____

_____

Memories & Condolences _____

_____

_____

_____

_____

_____

Guest Name _____

_____

_____

_____

Contact Info _____

_____

_____

Memories & Condolences _____

_____

_____

_____

_____

_____

Guest Name _____

Contact Info _____

Memories & Condolences _____

Guest Name _____

Contact Info _____

Memories & Condolences _____

Guest Name _____

_____

_____

Contact Info _____

_____

_____

Memories & Condolences _____

_____

_____

_____

_____

_____

Guest Name _____

_____

_____

Contact Info _____

_____

_____

Memories & Condolences _____

_____

_____

_____

_____

_____

Guest Name _____

Memories & Condolences _____

_____

_____

_____

Contact Info _____

_____

_____

_____

_____

_____

Guest Name _____

Memories & Condolences _____

_____

_____

_____

Contact Info _____

_____

_____

_____

_____

_____

Guest Name _____

_____

_____

_____

Contact Info _____

_____

_____

Memories & Condolences _____

_____

_____

_____

_____

_____

_____

Guest Name _____

_____

_____

_____

Contact Info _____

_____

_____

Memories & Condolences _____

_____

_____

_____

_____

_____

_____

Guest Name _____

Memories & Condolences _____

_____

_____

_____

_____

Contact Info _____

_____

_____

_____

Guest Name _____

Memories & Condolences _____

_____

_____

_____

_____

Contact Info _____

_____

_____

_____

Guest Name _____

_____

_____

Contact Info _____

_____

_____

Memories & Condolences _____

_____

_____

_____

_____

_____

Guest Name _____

_____

_____

Contact Info _____

_____

_____

Memories & Condolences _____

_____

_____

_____

_____

Guest Name _____

_____

_____

_____

Contact Info _____

_____

_____

Memories & Condolences _____

_____

_____

_____

_____

_____

_____

Guest Name _____

_____

_____

_____

Contact Info _____

_____

_____

Memories & Condolences _____

_____

_____

_____

_____

_____

_____

Guest Name _____

_____

_____

_____

Contact Info _____

_____

_____

Memories & Condolences _____

_____

_____

_____

_____

_____

Guest Name _____

_____

_____

_____

Contact Info _____

_____

_____

Memories & Condolences _____

_____

_____

_____

_____

_____

Guest Name _____   Memories & Condolences _____

_____   _____

_____   _____

_____   _____

Contact Info _____   _____

_____   _____

_____   _____

Guest Name _____   Memories & Condolences _____

_____   _____

_____   _____

_____   _____

Contact Info _____   _____

_____   _____

_____   _____

Guest Name _____

_____

_____

_____

Contact Info _____

_____

_____

Memories & Condolences _____

_____

_____

_____

_____

_____

Guest Name _____

_____

_____

_____

Contact Info _____

_____

_____

Memories & Condolences _____

_____

_____

_____

_____

_____

Guest Name _____

Memories & Condolences _____

_____

_____

_____

_____

Contact Info _____

_____

_____

_____

_____

_____

Guest Name _____

Memories & Condolences _____

_____

_____

_____

_____

Contact Info _____

_____

_____

_____

Guest Name _____

_____

_____

_____

Contact Info _____

_____

_____

Memories & Condolences _____

_____

_____

_____

_____

_____

Guest Name _____

_____

_____

_____

Contact Info _____

_____

_____

Memories & Condolences _____

_____

_____

_____

_____

_____

Guest Name _____

_____

_____

Contact Info _____

_____

_____

Memories & Condolences _____

_____

_____

_____

_____

_____

Guest Name _____

_____

_____

Contact Info _____

_____

_____

Memories & Condolences _____

_____

_____

_____

Guest Name _____

_____

_____

_____

Contact Info _____

_____

_____

Memories & Condolences _____

_____

_____

_____

_____

_____

Guest Name _____

_____

_____

_____

Contact Info _____

_____

_____

Memories & Condolences _____

_____

_____

_____

_____

_____

Guest Name _____

_____

_____

Contact Info _____

_____

_____

Memories & Condolences _____

_____

_____

_____

_____

_____

Guest Name _____

_____

_____

Contact Info _____

_____

_____

Memories & Condolences _____

_____

_____

_____

_____

_____

Guest Name _____

_____

_____

Contact Info _____

_____

_____

Memories & Condolences _____

_____

_____

_____

_____

_____

Guest Name _____

_____

_____

Contact Info _____

_____

_____

Memories & Condolences _____

_____

_____

_____

_____

_____

Guest Name _____

_____

_____

_____

Contact Info _____

_____

_____

Memories & Condolences _____

_____

_____

_____

_____

_____

Guest Name _____

_____

_____

_____

Contact Info _____

_____

_____

Memories & Condolences _____

_____

_____

_____

_____

_____

Guest Name _____

_____

_____

_____

Contact Info _____

_____

_____

Memories & Condolences _____

_____

_____

_____

_____

_____

_____

Guest Name _____

_____

_____

_____

Contact Info _____

_____

_____

Memories & Condolences _____

_____

_____

_____

_____

_____

_____

Guest Name _____

Memories & Condolences _____

_____

_____

_____

_____

_____

_____

Contact Info _____

_____

_____

_____

_____

_____

Guest Name _____

Memories & Condolences _____

_____

_____

_____

_____

_____

_____

Contact Info _____

_____

_____

_____

_____

Guest Name _____

_____

_____

Contact Info _____

_____

_____

Memories & Condolences _____

_____

_____

_____

_____

_____

Guest Name _____

_____

_____

Contact Info _____

_____

_____

Memories & Condolences _____

_____

_____

_____

_____

_____

Guest Name _____

_____

_____

_____

Contact Info _____

_____

_____

Memories & Condolences _____

_____

_____

_____

_____

_____

_____

Guest Name _____

_____

_____

_____

Contact Info _____

_____

_____

Memories & Condolences _____

_____

_____

_____

_____

_____

_____

Guest Name _____

_____

_____

Contact Info _____

_____

_____

Memories & Condolences _____

_____

_____

_____

_____

_____

Guest Name _____

_____

_____

Contact Info _____

_____

_____

Memories & Condolences _____

_____

_____

_____

_____

_____

Guest Name _____

_____

_____

_____

Contact Info _____

_____

_____

Memories & Condolences _____

_____

_____

_____

_____

_____

Guest Name _____

_____

_____

_____

Contact Info _____

_____

_____

Memories & Condolences _____

_____

_____

_____

_____

_____

Guest Name _____

_____

_____

Contact Info _____

_____

_____

Memories & Condolences _____

_____

_____

_____

_____

_____

Guest Name _____

_____

_____

Contact Info _____

_____

_____

Memories & Condolences _____

_____

_____

_____

_____

_____

Guest Name _____

_____

_____

_____

Contact Info _____

_____

_____

Memories & Condolences _____

_____

_____

_____

_____

_____

_____

Guest Name _____

_____

_____

_____

Contact Info _____

_____

_____

Memories & Condolences _____

_____

_____

_____

_____

_____

_____

Guest Name _____

_____

_____

_____

Contact Info _____

_____

_____

Memories & Condolences _____

_____

_____

_____

_____

_____

Guest Name _____

_____

_____

_____

Contact Info _____

_____

_____

Memories & Condolences _____

_____

_____

_____

_____

_____

Guest Name _____

Memories & Condolences _____

_____

_____

_____

_____

_____

Contact Info _____

_____

_____

_____

_____

Guest Name _____

Memories & Condolences _____

_____

_____

_____

_____

Contact Info _____

_____

_____

_____

Guest Name _____

_____

_____

_____

Contact Info _____

_____

_____

Memories & Condolences _____

_____

_____

_____

_____

_____

Guest Name _____

_____

_____

_____

Contact Info _____

_____

_____

Memories & Condolences _____

_____

_____

_____

_____

_____

Guest Name _____

_____

_____

Contact Info _____

_____

_____

Memories & Condolences _____

_____

_____

_____

_____

_____

Guest Name _____

_____

_____

Contact Info _____

_____

Memories & Condolences _____

_____

_____

_____

_____

Guest Name _____

_____

_____

_____

Contact Info _____

_____

_____

Memories & Condolences _____

_____

_____

_____

_____

_____

Guest Name _____

_____

_____

_____

Contact Info _____

_____

_____

Memories & Condolences _____

_____

_____

_____

_____

_____

Guest Name _____

_____

_____

_____

Contact Info _____

_____

_____

Memories & Condolences _____

_____

_____

_____

_____

_____

Guest Name _____

_____

_____

_____

Contact Info _____

_____

_____

Memories & Condolences _____

_____

_____

_____

_____

_____

Guest Name _____

_____

_____

_____

Contact Info _____

_____

_____

Memories & Condolences _____

_____

_____

_____

_____

_____

_____

Guest Name _____

_____

_____

_____

Contact Info _____

_____

_____

Memories & Condolences _____

_____

_____

_____

_____

_____

_____

Guest Name _____

_____

_____

_____

Contact Info _____

_____

_____

Memories & Condolences _____

_____

_____

_____

_____

_____

Guest Name _____

_____

_____

_____

Contact Info _____

_____

_____

Memories & Condolences _____

_____

_____

_____

_____

_____

Guest Name _____

_____

_____

Contact Info _____

_____

_____

Memories & Condolences _____

_____

_____

_____

_____

_____

Guest Name _____

_____

_____

Contact Info _____

_____

_____

Memories & Condolences _____

_____

_____

_____

_____

_____

Guest Name _____

Memories & Condolences _____

_____

_____

_____

Contact Info _____

_____

_____

_____

_____

Guest Name _____

Memories & Condolences _____

_____

_____

_____

Contact Info _____

_____

_____

_____

Guest Name _____   Memories & Condolences _____

_____   _____

_____   _____

_____   _____

Contact Info _____   _____

_____   _____

_____   _____

Guest Name _____   Memories & Condolences _____

_____   _____

_____   _____

_____   _____

Contact Info _____   _____

_____   _____

_____   _____

Guest Name _____

_____

_____

_____

Contact Info _____

_____

_____

Memories & Condolences _____

_____

_____

_____

_____

_____

Guest Name _____

_____

_____

_____

Contact Info _____

_____

_____

Memories & Condolences _____

_____

_____

_____

_____

_____

Guest Name _____

_____

_____

Contact Info _____

_____

_____

Memories & Condolences _____

_____

_____

_____

_____

_____

Guest Name _____

_____

_____

Contact Info _____

_____

_____

Memories & Condolences _____

_____

_____

_____

_____

_____

Guest Name _____

_____

_____

_____

Contact Info _____

_____

_____

Memories & Condolences _____

_____

_____

_____

_____

_____

Guest Name _____

_____

_____

_____

Contact Info _____

_____

_____

Memories & Condolences _____

_____

_____

_____

_____

_____

Guest Name _____

_____

_____

Contact Info _____

_____

_____

Memories & Condolences _____

_____

_____

_____

_____

_____

Guest Name _____

_____

_____

Contact Info _____

_____

_____

Memories & Condolences _____

_____

_____

_____

_____

_____

Guest Name _____

Memories & Condolences _____

_____

_____

_____

_____

Contact Info _____

_____

_____

_____

_____

Guest Name _____

Memories & Condolences _____

_____

_____

_____

_____

Contact Info _____

_____

_____

_____

_____

Guest Name _____

_____

_____

.

_____

Contact Info _____

_____

_____

Memories & Condolences _____

_____

_____

_____

_____

_____

_____

Guest Name _____

_____

_____

_____

Contact Info _____

_____

_____

Memories & Condolences _____

_____

_____

_____

_____

Guest Name _____

_____

_____

Contact Info _____

_____

_____

Memories & Condolences _____

_____

_____

_____

_____

_____

Guest Name _____

_____

_____

Contact Info _____

_____

_____

Memories & Condolences _____

_____

_____

_____

_____

_____

Guest Name _____   *Memories & Condolences* _____

_____   _____

_____   _____

_____   _____

Contact Info _____   _____

_____   _____

_____   _____

Guest Name _____   *Memories & Condolences* _____

_____   _____

_____   _____

_____   _____

Contact Info _____   _____

_____   _____

_____   _____

Guest Name _____

_____

_____

Contact Info _____

_____

Memories & Condolences _____

_____

_____

_____

_____

_____

Guest Name _____

_____

_____

Contact Info _____

_____

Memories & Condolences _____

_____

_____

_____

Guest Name _____

_____

_____

_____

Contact Info _____

_____

_____

Memories & Condolences _____

_____

_____

_____

_____

_____

Guest Name _____

_____

_____

_____

Contact Info _____

_____

_____

Memories & Condolences _____

_____

_____

_____

_____

_____

Guest Name _____   *Memories & Condolences* _____

_____   _____

_____   _____

                                     _____

Contact Info _____

                                     _____

_____

                                     _____

_____

Guest Name _____   *Memories & Condolences* _____

_____   _____

_____   _____

_____   _____

Contact Info _____

                                     _____

_____

                                     _____

Guest Name _____   Memories & Condolences _____

_____   _____

_____   _____

_____   _____

Contact Info _____   _____

_____   _____

_____   _____

Guest Name _____   Memories & Condolences _____

_____   _____

_____   _____

_____   _____

Contact Info _____   _____

_____   _____

_____   _____

Guest Name _____

Memories & Condolences _____

_____

_____

_____

_____

_____

_____

Contact Info _____

_____

_____

_____

_____

_____

Guest Name _____

Memories & Condolences _____

_____

_____

_____

_____

_____

_____

Contact Info _____

_____

_____

_____

_____

_____

Guest Name _____

Memories & Condolences _____

_____

_____

_____

Contact Info _____

_____

_____

_____

_____

Guest Name _____

Memories & Condolences _____

_____

_____

_____

Contact Info _____

_____

_____

_____

_____

Guest Name _____

Memories & Condolences _____

_____

_____

_____

_____

_____

_____

Contact Info _____

_____

_____

_____

_____

Guest Name _____

Memories & Condolences _____

_____

_____

_____

_____

_____

_____

Contact Info _____

_____

_____

_____

_____

Guest Name _____

_____

_____

_____

Contact Info _____

_____

_____

Memories & Condolences _____

_____

_____

_____

_____

_____

_____

Guest Name _____

_____

_____

_____

Contact Info _____

_____

_____

Memories & Condolences _____

_____

_____

_____

_____

_____

_____